ALLAÐI SUÐURMATRÆÐNINGAR BÓKIN

AF746589

100 HUGSANLEGAR, RÍK og sálaruppskriftir

Elías Jökulsson

Fyrirvari

Upplýsingunum í þessari rafbók er ætlað að þjóna sem alhliða safn aðferða sem höfundur þessarar rafbókar hefur gert rannsóknir um. Samantektir, aðferðir, ráð og brellur eru aðeins meðmæli höfundar og lestur þessarar rafbókar mun ekki tryggja að niðurstöður manns muni nákvæmlega endurspegla niðurstöður höfundar. Höfundur rafbókarinnar hefur gert alla sanngjarna viðleitni til að veita núverandi og nákvæma upplýsingar fyrir lesendur rafbókarinnar. Höfundurinn og félagar þess munu ekki bera ábyrgð á neinu óviljandi villu eða vanrækslu sem kunna að finnast. Efnið í rafbókinni getur innihaldið upplýsingar frá þriðja aðila teiti. Efni frá þriðja aðila samanstanda af skoðunum tjáð af eigendum þeirra. Sem slíkur, höfundur the eBook tekur ekki ábyrgð eða ábyrgð á efni eða skoðanir þriðja aðila. Hvort af því af framgangi internetsins, eða hið ófyrirséða breytingar á stefnu fyrirtækisins og ritstjórn viðmiðunarreglur um skil, það sem fram kemur sem staðreynd þegar þetta er skrifað getur orðið úrelt eða óviðeigandi leiklist.

EFNISYFIRLIT

KYNNING

Suður-matreiðsla er matargerðarstíll sem er upprunninn í Suður-Bandaríkjunum. Það einkennist af því að nota hráefni eins og maís, baunir, okra, sætar kartöflur og grænmeti, svo og kjöt eins og svínakjöt, kjúkling og nautakjöt. Matreiðsla í suðurríkjunum felur einnig í sér notkun á kryddi og kryddjurtum, svo sem kúmeni, timjani og salvíu, til að bæta bragði við réttina.

Einn af einkennandi eiginleikum suðrænnar matreiðslu er áhersla hennar á þægindamat. Réttir eins og steiktur kjúklingur, kex og sósu, og makkarónur og ostur eru undirstöðuatriði suðurríkjaborðsins og er oft notið þeirra sem hluti af stórum fjölskyldusamkomum.

Matreiðsla í suðurríkjunum á sér einnig langa sögu um grillmat, sem felur í sér að kjöt er hægt að elda yfir viðareldi í marga klukkutíma til að fá reykt, mjúkt bragð. Grillið er vinsæl suðræn hefð sem er mismunandi eftir svæðum, með stílum þar á meðal Memphis-stíl, Kansas City-stíl og Texas-stíl.

Á heildina litið er matreiðsla í Suðurríkjunum hátíð svæðisbundinna bragða og hefða, sem eru send í gegnum kynslóðir fjölskyldna og samfélaga. Þetta er matargerð sem heldur áfram að þróast, en á samt djúpar rætur í sögu sinni og menningu.

Morgunmatur

1. Morgunverður Eggjasnakk

Gerir: 5 skammta

Hráefni:

- 4 egg, vel þeytt
- $\frac{1}{8}$ teskeið salt
- 1 lítra mjólk
- $\frac{1}{4}$ bolli sykur
- 1 tsk vanillu
- Múskat

LEIÐBEININGAR:

a) Blandið öllu hráefninu saman nema múskatinu.
b) Blandið vel saman.
c) Kælið ef vill
d) Stráið múskat yfir.

2. Quiche Lorraine

Hráefni:

- $1\frac{1}{2}$ bollar (6 aura) rifinn svissneskur ostur
- 8 sneiðar af beikoni eða skinku, soðnar og muldar
- 3 egg
- 1 bolli þungur rjómi
- $\frac{1}{2}$ bolli mjólk
- $\frac{1}{4}$ tsk pipar
- 1 forgerð frosin tertuskorpa

LEIÐBEININGAR:

a) Stráið osti og beikoni/skinku í bakkelsifóðraða bökubotninn.
b) Þeytið afganginum saman við og hellið ostinum og skinkunni yfir.
c) Bakið við 375 gráður í 45 mínútur.

3. Rækjubrauð

Gerir: 4

Hráefni:

- 6 enskar muffins, ristaðar og skiptar
- 4½ aura niðursoðin rækja, tæmd
- 2½ matskeiðar majónesi
- Hvítlauksduft eftir smekk
- 1 stöng af smjörlíki
- 1 krukka KRAFT "gamall enskur" ostur

LEIÐBEININGAR:

a) Blandið yfir hita og dreifið á muffinshelmingana.
b) Steikið þar til það er gullið og skerið í 4.
c) Þú getur gert þetta á undan og fryst.

FORréttir og snarl

4. Braciole (nautakjötsrúllur)

Hráefni:

- $1\frac{1}{2}$ nautakjöt, skorið í þunnar sneiðar
- 2 meðalstórir laukar
- 1 únsa dropi
- 1 eyri hveiti
- $\frac{1}{2}$ pund beikon
- Pipar
- 1 tsk vatn
- 1 matskeið Worcestershire
- 1 lárviðarlauf

LEIÐBEININGAR:

a) Stráið kjöti með pipar.
b) Leggið rönd af beikoni á kjötið, rúllið og bindið.
c) Stráið hveiti yfir rúllurnar og brúnið þær jafnt.
d) Takið kjötið af pönnunni og bætið sneiðum lauknum út í.
e) Steikið þar til þær eru ljósbrúnar.
f) Bætið afganginum af hveitinu og gulrótunum út í.
g) Skilaðu kjöti.
h) Bætið við lárviðarlaufi og Worcestershire
i) Hellið vatninu yfir og látið suðuna koma upp.
j) Setjið lok á og látið malla í $1\frac{1}{2}$ klukkustund eða þar til kjötið er búið
ís mjúkur.

5. Brandy kúlur

Hráefni:

- 13 $\frac{1}{2}$ aura pakki af graham cracker mola
- 1 bolli 4x sykur
- $\frac{1}{4}$ bolli kakó
- 8 aura saxaðar valhnetur
- $\frac{1}{4}$ bolli maíssíróp eða fljótandi púðursykur
- ⅓ bolli appelsínulíkjör
- ⅓ bolli brennivín

LEIÐBEININGAR:

a) Blandið með höndunum, klípið síðan bitana af til að móta litlar kúlur.

b) Setjið í ílát og kælið yfir nótt.

6. Ostakökustangir

Hráefni:

SKORPU

- $1\frac{1}{4}$ bollar graham mola kex
- $\frac{1}{4}$ bolli sykur

FYLLING

- 2 bollar rjómaostur
- 4 matskeiðar af mjólk
- 1 bolli sykur
- 2 egg
- 2 matskeiðar sítrónusafi
- 1 tsk vanillu

LEIÐBEININGAR:

SKORPU

a) Blandið saman og þrýstið vel á botninn á 13 x 9 pönnu.
b) Pantaðu eitthvað fyrir álegg.
c) Bakið í 8 mínútur við 350 gráður F.

FYLLING

d) Blandið hráefninu saman og dreifið þeim ofan á bökuðu skorpuna.
e) Stráið afganginum af mola ofan á.
f) Bakið í 20 mínútur við 350 gráður F.
g) Kælið og frystið vel.

7. Nautaflöguð nautadýfa

Hráefni:

- 1 hluti sýrður rjómi
- 1 hluti majónesi
- 1 krukka þurrkað nautakjöt
- Dill fræ
- Hakkaður laukur

LEIÐBEININGAR:

a) Sameina sýrðan rjóma, majónes, þurrkað nautakjöt, dillfræ og hakkað lauk.

b) Skerið út ítalskt brauð eða rúgbrauð og berið fram með ídýfu.

8. Súkkulaði áfengi ferninga

Gerir: 30 ferninga

Hráefni:

- 1 bolli hvítaðar möndlur
- 2 egg
- $\frac{1}{4}$ bolli sykur
- ⅓ bolli ósykrað kakó
- $\frac{1}{2}$ bolli hveiti
- Klípa af salti
- 3 matskeiðar romm eða amaretto
- 2-3 matskeiðar flórsykur

LEIÐBEININGAR:

a) Myljið hnetur í duft. Þeytið egg þar til létt.
b) Bætið við sykri og þeytið þar til það er þykkt.
c) Bætið möluðu möndlunum og líkjörnum út í og blandið vel saman.
d) Hitið ofninn í 350 gráður.
e) Smyrjið 7 x 11 bökunarform með um það bil 1 matskeið af smjöri og dreifið kexblöndunni út.
f) Bakið í 20-25 mínútur. Látið kólna í um það bil 10 mínútur og dreypið síðan flórsykri yfir.
g) Skerið í um 30 ferninga.

9. Kornstafir

Hráefni:

- $1\frac{1}{4}$ bollar hveiti
- $\frac{3}{4}$ bolli gul maísmjólk
- $\frac{1}{4}$ bolli sykur
- 3 teskeiðar af lyftidufti
- 1 tsk salt
- 1 bolli mjólk
- 1 egg
- 3 matskeiðar smjör

LEIÐBEININGAR:

a) Hitið ofninn í 425 gráður. Smyrjið kornstanga pönnu.

b) Sigtið þurrefnin saman við. Hrærið mjólk, eggjum og bræddu smjöri saman við og þeytið þar til slétt.

c) Hitið pönnu í 2 mínútur. Fylltu buxur.

10. Kúlur

Hráefni:

- 2 bollar hveiti
- 2½ tsk lyftiduft
- ¾ teskeið salt
- 1⅓ bollar mjólk

LEIÐBEININGAR:

a) Sigtið hveiti, lyftiduft og salt í skál.
b) Hellið mjólk út í og blandið saman með gaffli þar til þurrefnin eru vætt.
c) Slepptu dumplings með því að hrúga matskeiðar í sjóðandi vatn eða kjúklingavökva.
d) Setjið lok á katlinum og eldið í 12 mínútur.

Athugið: Ekkert að kíkja.

11. Heslihnetukúlur

Gerir: um 30

Hráefni:

- 1 bolli hveiti (sigtað)
- ½ bolli smjör
- 1 bolli smátt saxað - hnetur
- 2 matskeiðar kornsykur
- ⅛ teskeið salt
- 1 tsk vanillu
- Sælgætissykur

LEIÐBEININGAR:

a) Í stórri skál, blandið öllu hráefninu nema sælgætissykri saman. Blandið vandlega þar til þykknar.
b) Kælið deigið í 30 mínútur.
c) Hitið ofninn í 375 °F á meðan.
d) Skerið deigið í 1¼ tommu kúlur.
e) Settu 1 tommu í sundur, á ósmurða kökuplötu.
f) Bakið í 15 til 20 mínútur eða þar til stíft en ekki ofeldað.
g) Veltið upp í sælgætissykur á meðan það er enn heitt. Kælið alveg.
h) Rétt áður en það er borið fram skaltu rúlla sykri aftur út í.

12. Austurlenskir nautakjötsréttir

Hráefni:

- 1 matskeið maíssterkju
- ½ bolli sojasósa
- ¼ bolli Karo ljós eða dökkt maíssíróp
- 3 matskeiðar maísolía
- 2 matskeiðar sesamfræ
- 2 hvítlauksrif, söxuð
- 1 matskeið Hakkað engiferrót eða malað engifer
- 2 pund af nautakjöti, skorið í 1" teninga
- ½ bolli saxaður laukur

LEIÐBEININGAR:

a) Í 13x9 bökunarformi, hrærið fyrstu 7 hráefnin saman þar til það er slétt.
b) Bætið við nautakjöti og lauk. Kasta til að húða vel. Lokið og kælið í að minnsta kosti 4 klukkustundir yfir nótt.
c) Tæmdu nautakjöt; varamarinering.
d) Settu nautakjötsteningana á grillgrindina.
e) Steikið 6 tommur frá hita, snúið öðru hvoru og penslið með frátekinni marinade í 6 til 8 mínútur þar til kjötið er brúnt á öllum hliðum.
f) Bakið í um 15 mínútur, snúið kjötinu oft.
g) Setjið kjöt undir grillið í 5 mínútur í viðbót.

13. Panocha

Hráefni:

- 3 bollar púðursykur
- 1 bolli mjólk
- 2 matskeiðar smjör
- 1 tsk vanillu
- 1 bolli hnetukjöt

LEIÐBEININGAR:

a) Setjið sykurinn og mjólkina í pott og eldið að mjúkboltastigi, við 238 gráður F.

b) Takið af eldinum, bætið smjöri og vanillu út í og kælið.

c) Þegar það er orðið volgt, þeytið þar til það er orðið rjómakennt.

d) Hrærið brotnu hnetukjötinu saman við. Hickory hnetur, valhnetur eða pekanhnetur eru sérstaklega góðar.

e) Hellið í smurt form og þegar það harðnar skerið það í ferninga.

14. Peru ferninga

Hráefni:

- 1 stöng af smjörlíki eða smjöri
- $\frac{3}{4}$ bolli púðursykur
- 2 egg
- $\frac{3}{4}$ bolli hveiti
- $\frac{3}{4}$ bolli hafraflögur
- 1 tsk lyftiduft
- 1 tsk kanill
- $\frac{1}{2}$ tsk matarsódi
- $\frac{1}{2}$ matskeið múskat
- $\frac{3}{4}$ hnetur
- $\frac{3}{4}$ rúsínur
- $1\frac{1}{2}$ saxaðar perur

LEIÐBEININGAR:

a) Bakið við 350 gráður F í 20-25 mínútur.

b) Prófunarstöð með téstaf.

15. Poppkornskúlur

Hráefni:

- 7 lítrar af poppuðu poppkorni
- 1 bolli melass
- 1 bolli kornsykur
- ⅓ bolli vatn
- ½ tsk salt
- ½ tsk vanilla

LEIÐBEININGAR:

a) Setjið popp í stóra bökunarpönnu; haldið heitum í 200° heitum ofni.

b) Í þungum potti blandið saman sykri, melassa, vatni og salti.

c) Eldið við meðalhita þar til sælgætishitamælir sýnir 235° (mjúkboltastig).

d) Takið af hitanum. Bætið vanillu.

e) Hellið strax yfir poppið og hrærið þar til það er jafnhúðað.

f) Þegar blandan er orðin nógu köld til að hægt sé að höndla hana skaltu móta hana fljótt í 3-tommu. kúlur, dýfðu höndum í kalt vatn til að koma í veg fyrir að þær festist.

16. Walnut Bourbon kúlur

Hráefni:

- $2\frac{1}{2}$ bollar fínmuldar vanilludúkur
- 1 bolli flórsykur
- 2 matskeiðar af kakói
- 1 bolli saxaðar fínar valhnetur eða valhnetur og kókosflögur
- $\frac{1}{4}$ bolli bourbon eða romm
- 3 matskeiðar maíssíróp

LEIÐBEININGAR:

a) Hrærið vel saman oblátum, sykri, kakói og hnetum.
b) Bætið við sírópi og áfengi.
c) Rúllið í litlar kúlur. Veltið upp úr sykri.
d) Geymið í lokuðu íláti.

17. Kúrbítsbollur

Hráefni:

- ⅓ bolli Bisquick
- 2 egg
- $\frac{1}{4}$ bolli parmesanostur
- 2 bollar rifinn kúrbít
- 2 matskeiðar smjörlíki

LEIÐBEININGAR:

a) Blandið saman og steikið í 2 matskeiðum af smjörlíki fyrir hvern patty.
b) Steikið í 3 mínútur.

AÐALRÉTTUR

18. Baunir

Hráefni:

- 1 stór dós af svínakjöti og baunum
- 1 dós nýrnabaunir, tæmd
- 1 dós hvítar smjörbaunir, tæmdar
- 1 lítill laukur, skorinn í teninga
- $\frac{1}{4}$ bolli melass
- $\frac{3}{4}$ bolli tómatsósa
- 1 tsk sinnep
- $\frac{1}{2}$ bolli púðursykur

LEIÐBEININGAR:

a) Brúnn 1 punds hamborgari og 1 punds heit pylsa.

b) Bætið öllum hinum hráefnunum saman við og blandið vel saman.

c) Bakið í $\frac{1}{2}$ klukkustund til 45 mínútur við 375 gráður F.

19. Eggaldin Og Rice Provencale

Hráefni:

- 1 stór eggaldin, um 2 pund
- 4 matskeiðar ólífuolía
- 3 bollar saxaður laukur
- 1 græn paprika, kjarnhreinsuð og fræhreinsuð, skorin í 1 tommu teninga
- 2 söxuð hvítlauksrif
- 1 tsk ferskt saxað timjan eða ½ teskeið þurrkað timjan
- 1 lárviðarlauf
- 3 tómatar, skrældir, kjarnhreinsaðir og saxaðir
- 1 bolli hrá hrísgrjón
- 3¾ bollar kjúklingasoð
- Salt og svartur pipar
- ½ bolli rifinn parmesanostur
- 2 matskeiðar smjör

LEIÐBEININGAR:

a) Hitið ofninn í 400 gráður. Skerið endana á eggaldinunum og skerið þau í 1 tommu teninga.
b) Hitið olíu á stórri pönnu og bætið eggaldinsteningum út í. Eldið við háan hita, hristið pönnuna af og til.
c) Bætið lauknum, grænum pipar, hvítlauk, timjan og lárviðarlaufi saman við, hrærið.
d) Hrærið tómötunum saman við og lækkið hitann,
e) Látið malla í 5 mínútur eða þar til megnið af vökvanum í pönnunni hefur gufað upp.
f) Athugið: Hráefnin verða að vera soðin þar til þau eru nokkuð þykk.
g) Hrærið hrísgrjónum og kjúklingasoði saman við.
h) Kryddið með salti og pipar.

i) Hellið blöndunni í eldfast mót og stráið osti yfir,
j) Setjið smjörið yfir og bakið, án loks, í 30 mínútur.

20. Eggaldin Parmesan

Hráefni:

- 28 aura af Marinara sósu
- 2 stór eggaldin, skorin í $\frac{1}{4}$ tommu þykka hringi
- $1\frac{1}{4}$ bollar rifinn parmesanostur, skipt
- 2 stórar kúlur af ferskum mozzarella, þunnar sneiðar

LEIÐBEININGAR:

a) Steikið eggaldinið fyrst.
b) Dreifið $\frac{1}{2}$ bolli af marinara í eldfast mót, leggið helminginn af eggaldininu í lag og toppið með 1 bolla af marinara og hálfan mozzarella.
c) Endurtaktu með eggaldininu sem eftir er, marinara sem eftir er og mozzarella sem eftir er. Stráið restinni af $\frac{1}{4}$ bolla af parmesanosti yfir.
d) Bakið í $\frac{1}{2}$ klukkustund við 350 gráður F.

21. Flanksteik

Hráefni:

- 1 flanksteik, 1 $\frac{1}{2}$ til 2 pund
- $\frac{1}{2}$ bolli sojasósa
- $\frac{1}{2}$ bolli olía
- $\frac{1}{4}$ bolli þurrt sherry
- 2 meðalstór hvítlauksrif, mulin eða söxuð
- 2 msk rifin fersk engiferrót eða 2 tsk malað engifer
- 1 matskeið rifinn appelsínubörkur

LEIÐBEININGAR:

a) Marineraðu steik í sojasósu, olíu, þurru sherry, hvítlauksgeirum, engifer og rifnum appelsínuberki.
b) Steikið 1$\frac{1}{2}$ eða 2 tommur af hita í 3-4 mínútur.
c) Snúið, penslið með marineringunni og steikið í 3-4 mínútur lengur.
d) Skerið í þversum sneiðar.

22. Ítalskt kálfakjöt og papriku

Hráefni:

- 1 pund Stewing kálfakjöt
- 3 stórar grænar paprikur, skornar í sneiðar (þú getur notað fleiri)
- 2 stórir laukar, sneiddir eða saxaðir
- 1 #2 dós tómatar
- Salt og pipar
- Steinselja
- 1 lárviðarlauf

LEIÐBEININGAR:

a) Skerið kálfakjötið í litla bita.
b) Hitið olíu á pönnu (nóg til að hylja botninn og koma í veg fyrir að kjöt festist).
c) Bætið kjötinu út í og brúnið vel.
d) Bætið lauknum út í og eldið í nokkrar mínútur þar til hann er mjúkur.
e) Hellið tómötum út í. Bætið við kryddi og eldið rólega í að minnsta kosti 1 klst.
f) Athugið: Paprika má steikja sérstaklega og bæta í tómatblönduna síðustu 10-20 mínúturnar.

23. Linguine með ostasósu

Hráefni:

- ½ bolli látlaus jógúrt
- 1 hrátt egg
- ⅓ bolli 99% fitulaus kotasæla
- Salt eða smjörbragð salt
- Pipar
- ½ tsk oregano eða pizzakrydd
- 3 aura svissneskur ostur, gróft rifinn
- ⅓ bolli ferskt saxað steinselja

LEIÐBEININGAR:

a) Yfir heitu linguine, hrærið fljótt jógúrtinni út í, síðan egginu til að þykkna.

b) Hrærið svo restinni af hráefnunum saman við.

c) Setjið pottinn yfir mjög lágan hita þar til osturinn er bráðinn.

24. Manicotti

Gerir: um 20 rúllur

Hráefni:

FYRIR MANICOTTI:

- 6 egg
- 2 bollar hveiti
- 1½ bolli vatn
- Salt og pipar eftir smekk

RICOTTA OSTFYLLING:

- 2 pund ostur (má vera pottostur)
- 2 egg
- Salt og pipar
- Steinseljuflögur
- Rifinn parmesanostur

LEIÐBEININGAR:

a) Þeytið saman egg, hveiti, vatn, salt og pipar eftir smekk.
b) Gerðu eins og þunnar pönnukökur, mjög hratt, á grilli eða pönnu (ég nota ólífuolíu til að steikja þær).
c) Fylltu með ricotta ostablöndu. Rúlla upp. Hyljið með sósu.
d) Bakið við 350 gráður F í ½ klukkustund.
e) Auðvelt að stilla í 10 mínútur áður en það er borið fram.

RICOTTA OSTFYLLING:

f) Blandið með skeið þar til það er slétt og vel blandað (ég nota helminginn af þessu).

25. Laukur pottur

Hráefni:

- 4 bollar laukur
- 4 matskeiðar Smjör
- 2 egg
- 1 ½ bolli mjólk
- ½ tsk Salt
- ½ tsk Worcestershire
- Hristi af tabasco
- Rifinn ostur

LEIÐBEININGAR:

a) Steikið laukinn í örfáar mínútur en brúnið þá ekki.
b) Bætið mjólk við þeytt egg og kryddi.
c) Stráið osti yfir og bakið við 325 gráður F þar til silfurhnífur kemur hreinn út.

26. Austurlenskt svínakjöt

Hráefni:

- 3 matskeiðar sojasósa
- 1 tsk hver af engifer og sykri
- $\frac{1}{2}$ pund svínakjöt, skorið í litla bita
- 2 stórir laukar saxaðir fínt
- 3 matskeiðar olía
- 4 bollar hvítkál

LEIÐBEININGAR:

a) Hrærið saman sojasósu, engifer og sykri; setja til hliðar.

b) Steikið svínakjöt og lauk í olíu þar til svínakjöt er ekki lengur bleikt og laukur mjúkur í um það bil 10 mínútur.

c) Hrærið kál- og sojasósublöndunni saman við.

d) Eldið í um það bil 10 til 12 mínútur. Berið fram yfir hrísgrjónum.

27. Picadillo hamborgarar í kúbönskum stíl

Hráefni:

- 1 grænn laukur, saxaður
- 1 matskeið olía
- 1 pund hamborgari
- 1 dós (8 aura) tómatsósa
- $\frac{1}{4}$ bolli sneið fyllt græn paprika
- 2 matskeiðar kapers
- Heitt hrísgrjón

LEIÐBEININGAR:

a) Steikið græna papriku á pönnu í ólífuolíu þar til hún er mjúk.

b) Bætið kjötblöndunni saman við, hrærið þar til það er brotið upp.

c) Hrærið tómatsósu út í. Lokið og eldið í 20 mínútur.

d) Bætið við ólífum og kapers; látið malla í 5 mínútur.

e) Berið fram yfir hrísgrjónum.

f) Krydd bætt við kjöt fyrir eldun, laukur, saxaður, hvítlauksgeiri, salt og pipar.

28. Sæl steik

Hráefni:

- Steik
- 2 hvítlauksgeirar
- 1 matskeið ólífuolía
- 1½ tsk sojasósa
- ½ tsk sinnep
- Salt
- Pipar

LEIÐBEININGAR:

a) Blandið hráefninu saman og setjið í steik.
b) Leyfið steikinni að vera í sósunni í um 2 klst.
c) Sjóðið eða eldið ofan á eldavélinni.
d) Hægt að nota á dádýr.

29. Sherry rækjur

Hráefni:

- ½ stafur af smjöri
- 5 hvítlauksrif, mulin
- 1-1½ pund rækja; afhýddur og afvegaður
- ¼ bolli ferskur sítrónusafi
- ¼ tsk pipar
- 1 bolli eldunarserrý
- 2 matskeiðar saxuð steinselja
- 2 matskeiðar saxaður graslaukur
- Salt tvo lykla

LEIÐBEININGAR:

a) Bræðið smjör á pönnu við meðalhita. Bætið við hvítlauk, rækjum, sítrónusafa og pipar.
b) Eldið hrært þar til rækjur verða bleikar (um það bil mínútur).
c) Bætið við matreiðslu sherry, steinselju og graslauk. Látið bara sjóða.
d) Berið fram strax yfir soðnum hrísgrjónum.
e) Skreytið með sítrónu.

30. Spaghetti leiðsögn kastað með eggaldin steinselju

Gerir: 6 skammta

Hráefni:

FYRIR SQUASH:

- Spaghetti leiðsögn
- olía
- 2 eða 3 hvítlauksrif
- salt og pipar eftir smekk
- parmesan ostur

ÚRGLANNA PERILLA:

- Eggaldin, sneið
- $\frac{1}{2}$ matskeið salt
- $\frac{1}{8}$ tommu ólífuolía
- hvítlauk

LEIÐBEININGAR:

FYRIR SQUASH:

a) Gufðu og rífðu spaghetti-squashið eins og venjulega.
b) Hitið nokkrar matskeiðar af olíu á stórri pönnu og hrærið 2 eða 3 hvítlauksrif saman við og eldið þau varlega í eina eða tvær mínútur.
c) Hellið svo spaghettí-squashinu út í og blandið hvítlauknum saman við, saltið og piprið eftir smekk, bætið við meiri olíu [eða smjöri] og eldið að því marki sem þú vilt.
d) Hellið því næst með skeið af parmesanosti, hvolfið á heitt fat og skreytið með eggaldininu - en ekki henda þeim saman.

ÚRGLANNA PERILLA:

a) Skerið græna hettuna af og fjarlægðu hýðið með grænmetisskrjálsara. Skerið í $\frac{1}{2}$ tommu sneiðar, skerið sneiðarnar í $\frac{1}{2}$ tommu ræmur og ræmurnar í $\frac{1}{2}$ tommu teninga. Hellið í sigti með $\frac{1}{2}$ msk salti og látið renna af í að minnsta kosti 20 mínútur. Þurrkaðu síðan í handklæði.
b) Fylltu stóra steikarpönnu [helst steikarlausa] með $\frac{1}{8}$ tommu ólífum og steiktu eggaldinið við miðlungs háan hita í 4 til 5 mínútur og kastaðu oft, þar til það er mjúkt, prófaðu með því að smakka stykki.
c) Bætið hvítlauknum út í og hrærið í eina mínútu til að elda hann, blandið síðan steinseljunni saman við á síðustu stundu.
d) Þetta er gott eitt og sér, annað hvort heitt eða kalt.
e) Færðu meiri ost fyrir þá sem þess óska.

31. Spænsk steik

Hráefni:

- $\frac{1}{2}$ bolli saxaður laukur
- 2 pund af hakkað nautakjöti
- 1 græn paprika
- 1 laukur
- 4 sneiðar af beikoni soðnar saxaðar og stökkar
- 1 egg
- 1 msk salt, paprika, pipar og slatti af tabasco
- 1 dós tómatbátar, tæmdir
- 12 fylltar ólífur, sneiddar
- $\frac{1}{2}$ bolli rifinn ostur

LEIÐBEININGAR:

a) Blandið vel saman kjöti, lauk, beikoni, eggi og kryddi.
b) Mótið á smurða álpappírsklædda pönnu.
c) Toppið með restinni af hráefnunum.
d) Bakið við 400 í 35 til 40 mínútur

32. Skvass pottur

Hráefni:

- ½ bolli smjör
- 1 bolli þurr dressing
- Skvass
- ¼ bolli laukur og rifin gulrót
- 1 bolli sýrður rjómi
- 1 dós squash
- Kjúklingakraftur.
- ½ bolli mjólk

LEIÐBEININGAR:

a) Bræðið ½ bolli smjör.
b) Bætið 1 bolli af þurru dressingu og blandið saman
c) Skerið síðan leiðsögn í ¼ tommu þykkt og bætið við.
d) Blandið ¼ bolli lauk og rifnum gulrót saman við. Sjóðið saman í um 5 mínútur.
e) Bætið 1 bolli af sýrðum rjóma, 1 dós leiðsögn og kjúklingakrafti út í.
f) Bætið ½ bolli mjólk út í
g) Í 9x9 squash bökunarformi Botn, dreifið ½ dressingu blöndu og síðan leiðsögn og lauk.
h) Hellið rjómablöndunni.
i) Toppið með afganginum af dressingublöndunni.
j) Bakið í 30 mínútur við 350 °F.

33. Fyllt Acorn Squash

Hráefni:

- 1 acorn leiðsögn
- 1 tsk saxaður laukur
- 1 tsk smátt skorinn grænn pipar
- 2 matskeiðar smjör
- ½ bolli rifinn ostur
- 1 bolli mjúkir brauðrasp
- salt og pipar

LEIÐBEININGAR:

a) Bakið squash í heitum ofni (400 gráður F) í um það bil 35 mínútur, þar til mjúkt.
b) Skerið langsum í tvennt, fleygið fræjum og ausið miðjuna út og skilið eftir um ¼ tommu þykka skeljar.
c) Maukið deigið og bætið afganginum út í.
d) Hraðaðu í leiðsögn skeljar og settu í hóflegan ofn (350 gráður F) til að brúna toppa.

34. Fylltur kúrbít

Hráefni:

- Kúrbít, um 1 pund
- 2 matskeiðar olía
- 1 hvítlauksgeiri, saxaður
- 1 meðalstór laukur, saxaður
- 1 gróft saxaðar, soðnar, tæmdar baunir
- 1½ bolli soðin hrísgrjón
- ¼ bolli saxuð steinselja
- 2 egg
- ⅓ bolli mjólk
- Salt og pipar eftir smekk
- 2 matskeiðar sesamfræ
- 2 matskeiðar rifinn ostur
- Heitt seyði

LEIÐBEININGAR:

a) Skerið kúrbít í tvennt eftir endilöngu; ausa út kvoða varaskel.

b) Hitið olíu og bætið söxuðum kvoða, hvítlauk og lauk saman við. Eldið þar til það er mjúkt.

c) Fjarlægðu af hitanum; hrærið í baununum, hrísgrjónunum og kryddjurtunum.

d) Þeytið eggin; blandið þeim saman við kúrbítsblönduna þar til vökvinn er frásogaður.

e) Saltið og piprið.

f) Fylltu kúrbítskeljar með blöndu.

g) Sameina sesamfræ og ost; stráið ofan á.

h) Hellið ½ heitu seyði í eldfast mót.

i) Bakið afhjúpað við 350 gráður F þar til skeljarnar eru mjúkar, um 30 mínútur.

35. Sætar kartöflupottur

Hráefni:

- 1 bolli sykur
- $1\frac{1}{3}$ bolli mjólk
- 1 bolli brætt smjörlíki
- 4 egg þeytt
- $\frac{1}{2}$ tsk hver af salti, kanil, múskati
- 3 til 4 stórar sætar kartöflur, skrældar og skornar í sneiðar
- $\frac{1}{4}$ bolli brennivín
- Rúsínur
- Saxaðar pekanhnetur
- Marshmallows

LEIÐBEININGAR:

a) Í lítilli skál, láttu rúsínurnar liggja í bleyti í brennivíninu í 20 mínútur.
b) Smyrjið grunnt bökunarform með smjöri og leggið sætar kartöflusneiðar í lag.
c) Blandið saman sykri, salti, kanil, múskati, mjólk og smjörlíki í pott og látið suðuna koma upp.
d) Bætið eggjunum, rúsínunum og brandy út í og hellið blöndunni yfir sætu kartöflurnar.
e) Setjið í smurða pott í 30 mínútur við 300 gráður F.
f) Toppið með marshmallows og söxuðum pekanhnetum og brúnið í nokkrar mínútur.

36. Svissnesk steik

Hráefni:

- 1 meðalstór laukur, sneiddur
- 3 matskeiðar saxaður grænn pipar
- 2-2,5 pund nautakjöt, hringsteik efst eða neðst skorin í ½ tommu teninga
- 3 msk fita/matarolía
- 1 dós tómatsósa
- 1 bolli af vatni
- 1½ teskeið af salti
- 1 msk Worcestershire sósa
- ¼ tsk pipar
- ½ bolli hveiti
- 1 lárviðarlauf

LEIÐBEININGAR:

a) Klæðið steikina með hveiti og hristið umfram allt af.

b) Hitið olíu yfir meðalháum hita; Steikið síðan steikina á báðum hliðum þar til hún er gullinbrún — 6-7 mínútur á hlið. Takið nautakjötið af pönnunni og setjið það á disk.

c) Bætið lauk og papriku á pönnuna og steikið síðan í 2-3 mínútur. Fylgdu með salti, pipar og lárviðarlaufi og haltu áfram að elda í 3-5 mínútur í viðbót, hrærðu af og til til að koma í veg fyrir að það brenni.

d) Næst skaltu bæta við tómatmaukinu, Worcestershire sósu, nautakjöti og 1-2 bollum af vatni.

e) Lokið og látið malla í um það bil 1½ klukkustund eða þar til mjúkt.

37. Taktu Kalfakjöt Picca

Hráefni:

- $1\frac{1}{2}$ pund Kálfakjöt þeytt og skorið í sneiðar
- 1 tsk salt
- ⅓ bolli seyði
- 6 þunnar sítrónusneiðar
- 1 tsk þurrkað estragon
- 2 matskeiðar saxuð steinselja
- $\frac{1}{2}$ bolli alhliða hveiti
- 2 matskeiðar ólífuolía auk meira eftir þörfum

LEIÐBEININGAR:

a) Stráið salti yfir kálfakjötið og dreypið hveitinu út í og hristið umfram allt af.

b) Hitið olíuna á pönnu við meðalháan hita.

c) Vinnið í lotum, bætið kálfakótilettum við pönnuna og eldið þar til þær eru gullinbrúnar, um það bil 3 mínútur.

d) Bætið við seyði, sítrónusneiðum og estragoni.

e) Lokið og eldið í 2 eða 3 mínútur.

f) Til að bera fram, hellið sósunni yfir heitt kálfakjötið og stráið steinselju yfir.

38. Dádýrapotta

Hráefni:

- 2 punda hryggdýrakjöt
- 2 matskeiðar ólífuolía
- 2 matskeiðar sherryvín
- 2 matskeiðar smjör
- $1\frac{1}{2}$ skammtur af soði
- 2 teskeiðar af salti
- 1 msk lauksafi
- 1 tsk svartur pipar
- Dash cayenne
- 1 skeið af hakkaðri steinselju

LEIÐBEININGAR:

a) Brúnið í smjöri og bætið soðinu út í. Blandið um 2 matskeiðar hveiti í smá soði og bætið við; laukur og krydd.

b) Setjið saman og látið malla í um eina klukkustund.

c) Rétt fyrir framreiðslu bætið við smjöri og sherry eftir smekk.

d) Bæta má sveppum við.

39. Dádýr Kýrin þín

Hráefni:

- 3 pund. Dádýralengjur, skornar í ¼ tommu eða þynnri sneiðar
- 1 matskeið salt
- 1 tsk laukduft
- 1 tsk hvítlauksduft
- 1 tsk svartur pipar
- ⅓ bolli Worcestershire sósa
- ¼ bolli sojasósa eða teriyakisósa (smá meiri sósa skaðar ekki)

LEIÐBEININGAR:

a) Marinerið villibráð í yfirbyggðri glerskál í 1 eða 2 daga í kæli, snúið öðru hverju.
b) Þurrkaðu ræmur á meðalhita eins og viðarhellu í um 24 klst-48 klst eða í ofni við lágan hita.

40. Dádýrapylsa

Hráefni:

- 8 punda villibráð
- 8 pund af svínakjöti
- 4 tsk fennelfræ
- 1 tsk salt
- 2 tsk svartur pipar
- 1 tsk laukduft
- 1 tsk hvítlauksduft
- 1 tsk rauð paprika (aðeins fyrir heitar pylsur)

LEIÐBEININGAR:

a) Blandið svínakjöti, villibráð, fennelfræi, salti, svörtum pipar, laukdufti, hvítlauksdufti og rauðum pipar saman í stóra skál og blandið vel saman. Mótaðu kökur, kubba eða fylltu pylsuhúð.

b) Hitið olíu yfir meðalháum hita í stórri pönnu.

c) Frystið eða eldið pylsur þar til þær eru brúnar og eldaðar í gegn.

d) Uppskriftina má skera í tvennt.

41. Vetrarskvass

Hráefni:

- laukur
- Estragon
- svartur pipar
- salt
- leiðsögn
- söxuð epli
- mulinn ananas
- púðursykur
- Smjör
- saxaðar pekanhnetur
- appelsínu hýði

LEIÐBEININGAR:

a) Steikið laukinn með estragon, svörtum pipar og salti.
b) Sjóðið squash og maukið það.
c) Bæta við söxuðum eplum.
d) Settu í lag með muldum ananas, púðursykri, smjöri, söxuðum pekanhnetum og appelsínuberki.
e) Skreytið toppinn með söxuðum pekanhnetum, púðursykri og smjöri.
f) Bakið við 350 gráður í 45 mínútur-1 klst.

42. Steiktur kjúklingur

Hráefni:

1 heill kjúklingur, skorinn í 8 bita
2 bollar súrmjólk
2 bollar alhliða hveiti
2 tsk salt
2 tsk svartur pipar
1 tsk hvítlauksduft
1 tsk laukduft
1/2 tsk paprika
Jurtaolía, til steikingar
Leiðbeiningar:

Leggðu kjúklingabitana í bleyti í stórri skál í súrmjólk í að minnsta kosti 1 klukkustund, eða yfir nótt í kæli.

Blandið saman hveiti, salti, svörtum pipar, hvítlauksdufti, laukdufti og papriku í grunnt fat.

Takið kjúklingabitana úr súrmjólkinni og hristið umfram allt af.

Dýptu hvern kjúklingabita í hveitiblönduna og hristu umfram allt af.

Hitið um 1 tommu af jurtaolíu í stórri pönnu yfir miðlungs háum hita.

Steikið kjúklingabitana í skömmtum þar til þeir eru gullinbrúnir og gegnsteiktir, um 12-15 mínútur fyrir bringurnar og 15-18 mínútur fyrir lærin, bolina og vængina. Tæmið þær á pappírsþurrku.

43. Rækjur og grjón

Hráefni:

1 bolli steinmalað grjón
4 bollar af vatni
1/2 tsk salt
1/2 bolli rifinn cheddar ostur
1/4 bolli þungur rjómi
1 pund stór rækja, afhýdd og afveguð
4 sneiðar beikon, saxað
1 græn paprika, skorin í teninga
1 lítill laukur, skorinn í teninga
2 hvítlauksrif, söxuð
1/2 bolli kjúklingasoð
2 msk smjör
Salt og svartur pipar, eftir smekk
Saxaður laukur, til skrauts
Leiðbeiningar:

Í meðalstórum potti, hitið vatnið og saltið að suðu. Hrærið grjónunum hægt saman við og lækkið hitann í lágan.

Eldið grjónin, hrærið af og til, þar til þau verða rjómalöguð og mjúk, um 20-25 mínútur.

Hrærið cheddarostinum og þungum rjómanum saman við þar til osturinn er bráðinn og blandan slétt. Halda hita.

Í stórri pönnu, eldið saxað beikon þar til það er stökkt. Fjarlægðu það með sleif og settu það til hliðar.

Steikið græna paprikuna, laukinn og hvítlaukinn á sömu pönnu við meðalháan hita þar til þau eru mjúk og léttbrúnt, um það bil 5-7 mínútur.

Bætið rækjunum á pönnuna og steikið þær þar til þær eru bleikar og eldaðar í um það bil 3-4 mínútur.

Takið rækjurnar af pönnunni og setjið þær til hliðar.

Bætið kjúklingasoðinu og smjörinu á pönnuna og hrærið þar til smjörið er bráðið og blandan er slétt.

Kryddið rækjurnar og grjónin með salti og svörtum pipar eftir smekk. Hellið grjónunum í skálar og toppið þær með rækjublöndunni.

Skreytið með soðnu beikoni og söxuðum lauk.

44. Steiktur kjúklingur í suðurhluta stíl

Hráefni:

1 heill kjúklingur, skorinn í 10 bita
2 bollar súrmjólk
1 matskeið heit sósa
1 matskeið hvítlauksduft
1 matskeið laukduft
1 tsk reykt paprika
1 tsk cayenne pipar
2 bollar alhliða hveiti
1 matskeið lyftiduft
1 matskeið salt
1 tsk svartur pipar
Jurtaolía til steikingar
Leiðbeiningar:

Þeytið saman súrmjólk, heita sósu, hvítlauksduft, laukduft, reykta papriku og cayenne pipar í stóra skál þar til það hefur blandast vel saman.
Bætið kjúklingabitunum í skálina, passið að hver hluti sé að fullu húðaður í súrmjólkurblöndunni. Hyljið skálina með plastfilmu og setjið í kæli í að minnsta kosti 2 klukkustundir eða yfir nótt.
Í sérstakri skál, þeytið saman hveiti, lyftiduft, salti og svörtum pipar.
Fjarlægðu kjúklinginn úr súrmjólkurblöndunni, hristu umfram allt af og dýptu hvern bita í hveitiblönduna og hristu umfram allt af.
Hitið um 1 tommu af jurtaolíu í stórri, þungbotna pönnu yfir miðlungs háum hita þar til hún nær 350 ° F.

Setjið kjúklingabitana varlega í heitu olíuna, passið að yfirfylla ekki pönnuna. Steikið kjúklinginn í 12-15 mínútur, eða þar til hann er gullinbrúnn og stökkur, snúið bitunum við einu sinni þegar það er hálfnað.
Takið kjúklinginn af pönnunni og setjið á vírgrind til að tæma umfram olíu.
Berið steikta kjúklinginn fram heitan, með uppáhalds hliðunum þínum eins og kartöflumús og grænu.

45. Kjúklingasteikt steik

Hráefni:

4 teninga steikur
1 bolli alhliða hveiti
1 matskeið hvítlauksduft
1 matskeið laukduft
1 tsk paprika
1 tsk salt
1/2 tsk svartur pipar
2 egg
1/4 bolli mjólk
Jurtaolía til steikingar
Leiðbeiningar:

Hrærið saman hveiti, hvítlauksdufti, laukdufti, papriku, salti og svörtum pipar í grunnt fat.

Í öðru grunnu fati, þeytið eggin og mjólkina saman.

Dýfðu hverri teningasteik í hveitiblönduna, síðan í eggjablönduna og síðan aftur í hveitiblönduna og vertu viss um að hver hluti sé fullhúðaður.

Hitið um 1/2 tommu af jurtaolíu í stórri, þungbotna pönnu yfir miðlungs háum hita þar til hún nær 350 ° F.

Setjið teningssteikurnar varlega í heitu olíuna og passið að yfirfylla ekki pönnuna. Steikið steikurnar í 3-4 mínútur á hlið, eða þar til þær eru gullinbrúnar og stökkar.

Fjarlægðu steikurnar af pönnunni og settu á vírgrind til að tæma umfram olíu.

Berið kjúklingasteiktu steikina fram heita, með uppáhalds hliðunum þínum eins og kartöflumús og grænum baunum.

SÚPUR, OG STEIN

46. Kínversk plokkfiskur

Gerir: 8 skammta

Hráefni:

- Fiskur, humar eða krabbi
- sellerí
- baunir
- 1 bolli hrísgrjón, soðin
- sveppum
- jarðhnetur
- olía
- laukur
- spergilkál

LEIÐBEININGAR:

a) Hitið olíu yfir meðalhita á wok.
b) Hrærið laukinn, síðan selleríið og síðan sveppina. Taktu hvern út.
c) Hrærðu næst baunirnar, spergilkálið og hneturnar.
d) Bætið við fyrstu lotunni og bætið svo fiskinum við.
e) Að lokum bætið við 1 bolla af hrísgrjónum og látið gufa í 1 mínútu.
f) Berið fram.

47. Frönsk lauksúpa

Hráefni:

- 6 bollar saxaður laukur
- 3 10¾ aura dósir af nautakrafti
- Dash Worcestershire
- Dash pipar
- Dash hvítvín

LEIÐBEININGAR:

a) Steikið laukinn í 3 msk af smjöri og bætið restinni af hráefnunum saman við.

b) Látið malla í 20 mínútur og bætið osti við.

c) Berið fram með brauði.

48. Sveita nautabyggsúpa ömmu

Hráefni:

- $\frac{1}{2}$-1 pund nautakjöt
- 2 hvítlauksgeirar
- 2 matskeiðar olía
- 1 dós tómatar
- 2 bollar gulrætur
- 2 bollar sellerí
- 2 bollar grænar baunir
- $\frac{1}{2}$ bolli bygg
- 1 msk Worcestershire sósa
- Klípa basil
- Salt og pipar
- 1 pakki af nautasoði

LEIÐBEININGAR:

a) Steikið nautakjöt með hvítlauk í 2 matskeiðar af olíu.

b) Bætið við tómötum, gulrótum, sellerí, grænum baunum, byggi, Worcestershire sósu, klípu af basil, salti og pipar og 1 pakka af nautakrafti.

c) Eldið við lágan hita í 3-4 klst.

49. Oxhala súpa

Hráefni:

- 1 uxahali
- 3 skammtar af soði
- 1 stór laukur
- 1 skorin gulrót
- ½ bolli klaret
- 1 matskeið smjör
- 1 vortímían
- ½ bolli saxaðir tómatar
- 1 stöngul sellerí
- 2 greinar steinselju
- 1 lárviðarlauf
- 6 piparkorn
- 1 msk Worcestershire sósa
- Salt

LEIÐBEININGAR:

a) Brúnið kjöt og lauk í smjöri.

b) Bætið restinni af hráefnunum út í og látið malla í um 8 klukkustundir.

c) Fjarlægðu kjötið af beinum og farðu aftur í súpuna.

AUKARÉTTUR

50. Bakaðar kartöflulengjur

Hráefni:

- Rauðkartöflur, skrældar, skornar í fjórar og síðan skornar í 3 strimla
- Smjörlíki
- ½ bolli parmesanostur
- ½ bolli brauðrasp
- Hvítlaukssalt

LEIÐBEININGAR:

a) Veltið kartöflum upp úr smjörlíki og rúllið síðan upp úr parmesanosti og brauðrasp,
b) Kryddið með hvítlaukssalti.
c) Bakið í 400 gráðu heitum ofni í 30-35 mínútur.

51. Ostur Frost Blómkál

Gerir: 4-5 skammta

Hráefni:

- 1 haus blómkál, brotið í báta
- Salt
- ½ bolli majónesi
- 2 matskeiðar tilbúið sinnep
- ¾ bolli rifinn skarpur ostur

LEIÐBEININGAR:

a) Foreldið blómkál í sjóðandi saltvatni í 12-15 mínútur.
b) Tæmdu. Setjið í ósmurt eldfast mót.
c) Stráið salti yfir.
d) Sameina ½ bolli majónesi og 2 matskeiðar tilbúið sinnep. Dreifið yfir blómkál.
e) Toppið með ¾ bolla rifnum beittum osti.
f) Bakið við 375 gráður F í um það bil 10 mínútur eða þar til osturinn er bráðinn og freyðandi.

52. Sælkera kartöflur

Hráefni:

- 12-14 kartöflur
- 2 prik extra skarpur ostur, rifinn
- 1 stafur af smjöri
- 2 lítra af sýrðum rjóma
- 1 meðalstór laukur, saxaður
- Salt og pipar eftir smekk

LEIÐBEININGAR:

a) Eldið kartöflur með hýði, látið kólna, afhýðið og rífið í sundur.
b) Bræðið 2 stangir af extra beittum osti með 1 staf af smjöri. Setja til hliðar.
c) Blandið saman 2 lítrum af sýrðum rjóma, 1 meðalstórum lauk og salti og pipar.
d) Bætið osti og smjörblöndunni út í sýrða rjómablönduna.
e) Hellið yfir kartöflurnar og blandið saman.
f) Setjið smjör ofan á.
g) Bakið í 45 mínútur við 350 gráður F.

53. Kartöflukugel

Hráefni:

- 6 meðalstórar kartöflur
- 2 egg
- ½ bolli hveiti
- ½ tsk lyftiduft
- 1½ teskeið af salti
- ½ tsk pipar
- ¼ bolli stytting
- 2 meðalstórir laukar

LEIÐBEININGAR:

a) Afhýðið og rífið kartöflur.
b) Bætið eggjum út í og þeytið þar til slétt.
c) Sigtið saman hveiti, salt, lyftiduft og pipar. Bætið við kartöflublönduna.
d) Rífið laukinn og steikið þar til hann er ljósbrúnn í styttingu,
e) Bætið við deigið og bakið í smurðu móti í 350 °F ofni í um 1 klukkustund eða þar til stökkt og brúnt.

54. Razorback kartöflur

Hráefni:

- 6 til 8 stórar sporöskjulaga kartöflur
- 1 tsk salt
- pipar tvo lykla
- ½ bolli smjör
- ½ bolli rifinn parmesanostur
- ⅓ bolli þurrkaðir brauðrasp

LEIÐBEININGAR:

a) Hitið ofninn í 450 gráður F. Kartöflur ættu að vera skrældar í samræmda stærð.

b) Skerið hverja kartöflustaflann í annan endann í ¼ tommu sneiðar sem toppar ¼ tommu frá botninum svo sneiðin haldist út.

c) Setjið kartöflur með sneiðum brúnum upp á við í vel smurt grunnt ofnform.

d) Stráið salti og pipar yfir og stráið smjörbitum yfir. Bakið í ofni í 20 mínútur.

e) Smyrjið af og til með smjöri á pönnunni. Blandið osti og brauðmylsnu saman; stráið ríkulega á milli kartöflunnar. Skerið hvern yfir toppinn.

f) Bakið í 25 til 30 mínútur í viðbót, hrærið af og til þar til þær eru gullinbrúnar og mjúkar.

55. Collard grænir

Hráefni:

2 pund af grænu, stilkar fjarlægðir og lauf söxuð
6 bollar kjúklingasoð
1 stór laukur, skorinn í teninga
3 hvítlauksrif, söxuð
2 reyktir skinkuhár eða kalkúnahálsar
1 tsk salt
1/2 tsk svartur pipar
1/4 tsk rauðar piparflögur

LEIÐBEININGAR:

Látið suðuna koma upp í stórum potti.
Bætið grænu, lauk, hvítlauk, skinkuhöggum eða kalkúnahálsi, salti, svörtum pipar og rauðum piparflögum út í.

EFTIRLITUR

56. All Star íssamlokur

Skammtar: 4 skammtar. | Undirbúningur: 10 mín | Elda: 5 mín | Tilbúið í:

Hráefni:

1/2 bolli súkkulaðibitakökudeigsís, mildaður
8 Oreo smákökur
6 aura mjólkursúkkulaði sælgætishúð, brætt
Rautt, hvítt og blátt strá

STJÓRN

Skellið á helminginn af kökunum með 2 msk. af ís, settu síðan afgang af smákökum ofan á. Skelltu yfir toppa með bræddu hjúpi, notaðu síðan strá til að skreyta. Frystið á ofnplötu í að minnsta kosti klukkutíma.

UPPLÝSINGAR um næring

Kaloríur:
Kólesteról:
Prótein:
Heildarfita:
Natríum:
Trefjar:
Heildar kolvetni:

57. Eplakrembaka

Afgreiðsla: 8 | Undirbúningur: 25 mín | Elda: 35 mín | Tilbúið í:

Hráefni:

4 bollar þunnt sneið epli
1 bolli hvítur sykur
2 matskeiðar alhliða hveiti
1 tsk malaður múskat
2 tsk malaður kanill
4 matskeiðar smjör
2 bollar hálf og hálf
1 uppskrift af sætabrauði fyrir 9 tommu baka með einni skorpu

STJÓRN

Stilltu yfir tvö 190 ° C (375 ° F) og byrjaðu að forhita.
Raða eplum á bökubotn. Blandið saman kanil, múskati, hveiti og sykri. Dreifið yfir eplalagið.
Hitið smjör þar til það bráðnar og blandið saman við rjóma; dreift á epli.
Bakið við 190°C (375°F) í 35 mínútur, þar til skelin verður gullinbrún, fyllingarbólur og epli verða mjúk. Kældu létt þar til þú nærð stofuhita; kælið í kæli til að stilla fyllinguna.

UPPLÝSINGAR um næring

Kaloríur: 383 hitaeiningar;
Kólesteról: 38
Prótein: 3,6
Heildarfita: 20,5
Natríum: 183
Heildarkolvetni: 48,6

58. Eplabollur með sósu

Skammtar: 8 skammtar. | Undirbúningur: 60 mín | Elda: 50 mín | Tilbúið í:

Hráefni:

3 bollar alhliða hveiti
1 tsk salt
1 bolli stytting
1/3 bolli kalt vatn
8 meðalsert epli, afhýdd og kjarnhreinsuð
8 teskeiðar af smjöri
9 tsk kanill-sykur, skipt
SÓSA:
1-1/2 bollar pakkaður púðursykur
1 bolli af vatni
1/2 bolli smjör, í teningum

STJÓRN

Blandið salti og hveiti saman í stórri skál og skerið síðan í sneiðar þar til það er molað. Settu vatnið smám saman út í og notaðu gaffal til að henda þar til deigkúla myndast. Skiptið deiginu í 8 hluta, hyljið síðan og kælið þar til auðvelt er að meðhöndla það, í að minnsta kosti hálftíma.
Stilltu ofninn á 350 gráður og rúllaðu hverjum hluta af deiginu út á milli 2 vaxpappírsblaða sem eru létt húðuð með hveiti, í ferning sem er 7 tommur. Setjið 1 epli á hvern ferning, setjið síðan 1 tsk af smjöri og kanil-sykri í miðjuna á hverju epli.
Safnaðu hornunum af sætabrauðinu varlega í hverja miðju á meðan þú skerð allt umfram allt af, þrýstu síðan á brúnirnar til að loka. Skerið út lauf og eplasöngla úr deigafgöngum, ef þú vilt, notaðu síðan vatn til að festa þau

við dumplings. Settu í 13 tommu x 9 tommu eldfast mót húðað með fitu og notaðu afgang af kanil-sykri til að strá yfir.

Blandið hráefninu í sósuna saman í stórum potti. Látið suðuna koma upp á meðan hrært er þar til það hefur blandast saman og hellið síðan yfir eplin.

Bakið þar til sætabrauðið verður gullinbrúnt og eplin eru mjúk, í um 50 til 55 mínútur, en hrærið af og til með sósuafgangi. Berið fram heitt.

UPPLÝSINGAR um næring

Kaloríur: 760 hitaeiningar

Prótein: 5g prótein.

Heildarfita: 40g fita (16g mettuð fita)

Natríum: 466mg natríum

Trefjar: 3g trefjar)

Heildarkolvetni: 97g kolvetni (59g sykur

Kólesteról: 41mg kólesteról

59. Epla sítrónu puff

Skammtur: 1 skammtur. | Undirbúningur: 20 mín | Elda: 15 mín | Tilbúið í:

Hráefni:

1-1/2 tsk smjör
1 lítið epli, afhýtt, kjarnhreinsað og skorið í hringa
6 teskeiðar af sykri, skipt
1 stórt egg, aðskilið
1/2 tsk rifinn sítrónubörkur
1/4 tsk vanilluþykkni
1/2 tsk alhliða hveiti

STJÓRN

Bræðið smjör á pönnu við meðalhita. Bæta við epli hringi; stráið 2 tsk af sykri yfir. Eldið þar til það er mjúkt, snúið við í 1 klukkustund. Þeytið vanillu, sítrónubörk og eggjarauðu saman í skál í 1 mínútu. Þeytið eggjahvítu í sérstakri skál þar til það myndast stífa toppa; blandið afganginum af sykri og hveiti saman við. Blandið saman við eggjarauðublönduna. Í létt olíuhúðað 2 bolla eldfast mót, setjið epli hringina. Toppið með eggjablöndunni með því að dreifa út. Bakið við 350° þar til stíft og gullinbrúnt, eða í 15-18 mínútur. Snúið út á framreiðsludisk á hvolfi.

UPPLÝSINGAR um næring

Kaloríur: 292 hitaeiningar
Natríum: 121mg af natríum
Trefjar: 3g trefjar)
Heildarkolvetni: 43g kolvetni (38g sykur
Kólesteról: 228mg kólesteról
Prótein: 7g prótein.

Heildarfita: 11g fita (5g mettuð fita)

60. Epli Raspberry Crisp

Skammtar: 12 skammtar. | Undirbúningur: 35 mín | Elda: 40 mín | Tilbúið í:

Hráefni:

10 bollar þunnar sneiðar skrældar epli (um það bil 10 miðlungs)
4 bollar fersk hindber
1/3 bolli sykur
3 matskeiðar auk 3/4 bolli alhliða hveiti, skipt
1-1/2 bollar gamaldags hafrar
1 bolli pakkaður púðursykur
3/4 bolli heilhveiti
3/4 bolli kalt smjör

STJÓRN

Setjið hindberin og eplin í stóra skál. Setjið í 3 matskeiðar alhliða hveiti og sykur; blandað létt saman til að hjúpa. Bætið við smurða 13x9 tommu. bökunarpönnu.
Blandið afganginum af öllu hveiti, heilhveiti, púðursykri og höfrum saman í litla skál. Maukið í smjöri þar til það er molnað; dreift yfir (rétturinn verður fullur).
Bakið við 350°, án loks, í 40-50 mínútur eða þar til áleggið er gullinbrúnt og fyllingin freyðandi. Berið fram á meðan heitt er.

UPPLÝSINGAR um næring

Kaloríur: 353 hitaeiningar
Natríum: 89mg af natríum
Trefjar: 6g trefjar)
Heildarkolvetni: 59g kolvetni (35g sykur
Kólesteról: 30mg kólesteról
Prótein: 4g prótein.

Heildarfita: 13g fita (7g mettuð fita)

61. Epli Walnut hálfmánar

Skammtar: 16 skammtar. | Undirbúningur: 15 mín | Elda: 20 mín | Tilbúið í:

Hráefni:

2 pakkar (8 aura hver) kældar hálfmánarúllur
1/4 bolli sykur
1 matskeið malaður kanill
4 meðalsert epli, afhýdd og skorin í fjórða
1/4 bolli saxaðar valhnetur
1/4 bolli rúsínur, valfrjálst
1/4 bolli smjör, brætt

STJÓRN

Undirbúðu ofninn með því að forhita í 375 gráður F. Brettu út hálfmánadeigið og skiptu í 16 þríhyrninga. Blandið kanil og sykri; dreypið um 1/2 tsk á hvern þríhyrning. Settu eplasjór nálægt skammhliðinni og rúllaðu upp. Setjið svo í 15x10x1-inn bökunarform sem er smurt. Þrýstu rúsínum og valhnetum ofan í deigið ef vill. Stráið smjöri yfir. Dreypið afganginum af kanil-sykrinum yfir. Settu inn í forhitaðan ofn og bakaðu í 20-24 mínútur eða þar til gullbrúnt á litinn. Berið fram heitt.

UPPLÝSINGAR um næring

Kaloríur: 177 hitaeiningar
Natríum: 243mg natríum
Trefjar: 1g trefjar)
Heildarkolvetni: 19g kolvetni (9g sykur
Kólesteról: 8mg kólesteról
Prótein: 2g prótein.
Heildarfita: 10g fita (3g mettuð fita)

62. Aprikósuberjakaka

Skammtar: 2 skammtar. | Undirbúningur: 15 mín | Elda: 0 mín | Tilbúið í:

Hráefni:

1 bolli fersk hindber og/eða brómber

1 matskeið sykur

Skvettu malaða múskat

1/4 bolli apríkósasulta

1 tsk smjör

Dash salt

2 einstakar kringlóttar svampkökur

Þeyttur rjómi

STJÓRN

Blandið múskati, sykri og berjum saman í lítilli skál; þekja. Kælið í klukkutíma.

Blandið saman og eldið salti, smjöri og sultu í litlum potti við vægan hita þar til smjörið bráðnar. Hitið svampkökur í örbylgjuofni í 20 sekúndur á hámarki; sett á framreiðsludiska. Setjið berjablöndu ofan á; dreypið apríkósasósu yfir. Setjið ögn af þeyttum rjóma ofan á.

UPPLÝSINGAR um næring

Kaloríur: 253 hitaeiningar

Heildarkolvetni: 54g kolvetni (32g sykur

Kólesteról: 33mg kólesteról

Prótein: 2g prótein.

Heildarfita: 4g fita (2g mettuð fita)

Natríum: 283mg natríum

Trefjar: 4g trefjar)

63. Hnetusmjör Fudge

Skammtur: 3 pund. | Undirbúningur: 20 mín | Elda: 5 mín | Tilbúið í:

Hráefni:

1 tsk auk 1/2 bolli smjör, skipt
1 bolli þykkt hnetusmjör
1 pakki (8 aura) vinnsluostur (Velveeta), í teningum
1 pakki (2 pund) sælgætissykur
1-1/2 tsk vanilluþykkni

STJÓRN

Notaðu filmu til að klæðast 13 tommu x 9 tommu pönnu og smyrðu filmuna með 1 tsk smjöri; setja til hliðar.

Blandið afganginum af smjöri, osti og hnetusmjöri í stórum þungum potti. Eldið og blandið við meðalhita þar til það er bráðnað. Takið af hitanum. Blandið vanillu og sælgætissykri út í smám saman þar til það hefur blandast saman (blandan verður þykk).

Dreifið á fóðraða pönnu. Geymið í kæli í 2 klukkustundir eða þar til það er stíft.

Taktu fudge úr pönnunni með álpappír. Kasta filmu; sneið fudge í 1 tommu ferninga. Setjið í loftþétt ílát til að geyma í ísskáp.

UPPLÝSINGAR um næring

Kaloríur: 69 hitaeiningar
Heildarkolvetni: 10g kolvetni (9g sykur
Kólesteról: 5mg kólesteról
Prótein: 1g prótein. Skipti á sykursýki: 1/2 sterkja
Heildarfita: 3g fita (1g mettuð fita)
Natríum: 50 mg natríum
Trefjar: 0 trefjar)

64. Fræg Butterscotch ostakaka

Skammtar: 12 skammtar. | Undirbúningur: 30 mín | Matreiðsla: 01hours05mins | Tilbúið í:

Hráefni:

1-1/2 bollar graham cracker mola
1/3 bolli pakkaður púðursykur
1/3 bolli smjör, brætt
1 dós (14 aura) sætt þétt mjólk
3/4 bolli köld 2% mjólk
1 pakki (3,4 aura) instant butterscotch pudding blanda
3 pakkar (8 aura hver) rjómaostur, mildaður
1 tsk vanilluþykkni
3 stór egg, létt þeytt
Þeyttur rjómi og mulið butterscotch sælgæti, valfrjálst

STJÓRN

Setjið olíuborið 9 tommu springform á tvöfalda þykkt af þungri filmu (um 18 tommu ferningur). Vefjið álpappír tryggilega utan um pönnuna. Blandið sykri og kexmola saman í litilli skál; blandið smjöri saman við. Þrýstið blöndunni á botninn á tilbúnu pönnunni. Leggið pönnuna á bökunarplötu. Bakið í 10 mínútur við 325 gráður. Sett á vírgrind til að kólna.

Þeytið búðingsblöndu og mjólk í lítilli skál, um það bil 2 mínútur.

Látið standa þar til það er orðið mjúkt, um það bil 2 mínútur.

Á sama tíma, þeytið rjómaost í stórri skál þar til það er slétt. Þeytið vanillu og búðing út í. Setjið egg út í og þeytið á lágum hraða þar til það er blandað saman. Hellið yfir skorpuna. Raðið springforminu í stórt bökunarform; hella 1 tommu af heitu vatni í stærri pönnu.

Bakið í 65-75 mínútur við 325 gráður þar til toppurinn virðist daufur og miðjan er næstum stíf. Takið springformið úr vatnsbaði.
Látið kólna á grind í 10 mínútur.
Keyrðu hníf eftir brúninni á pönnunni varlega til að losna; örlítið kaldur 1 klukkustund í viðbót. Kældu í ísskáp yfir nótt. Ef þess er óskað, notaðu þeyttan rjóma og nammi til að skreyta.

UPPLÝSINGAR um næring
Kaloríur: 473 hitaeiningar
Prótein: 10g prótein.
Heildarfita: 30g fita (18g mettuð fita)
Natríum: 460mg natríum
Trefjar: 0 trefjar)
Heildarkolvetni: 42g kolvetni (34g sykur
Kólesteról: 141mg kólesteról

65. Austurrískar hnetukökur

Framboð: 10 samlokukökur. | Undirbúningur: 30 mín | Elda: 10 mín | Tilbúið í:

Hráefni:

1 bolli alhliða hveiti

2/3 bolli smátt saxaðar möndlur

1/3 bolli sykur

1/2 bolli smjör, mildað

1/4 bolli frælaus hindberjasulta

FROSTING:

1 únsa ósykrað súkkulaði, brætt og kælt 1/3 bolli sælgætissykur 2 matskeiðar smjör, mildaðar Möndlur, valfrjálst

STJÓRN

Blandið saman sykri, söxuðum möndlum og hveiti í skál; blandið smjöri saman við þar til deigið hefur bara sameinast. Rúllið deigið í 1/8-tommu. þykkt á hveitistráðu yfirborði; skera með 2-in. kringlótt skeri. Settu á smurðar bökunarplötur, 1-in. sérstaklega; þekja. Kælið þær í 1 klst.

Uppgötvaðu; bakið við 375° þar til brúnirnar eru orðnar ljósbrúnar eða 7-10 mínútur. Flytja til vír rekki; alveg flott. Smyrjið 1/2 smákökum með sultu; toppið með annarri kex.

Frosting: Blandið saman smjöri, sælgætissykri og súkkulaði; dreift yfir smákökur. Notaðu sneiddar möndlur til að skreyta.

UPPLÝSINGAR um næring

Kaloríur: 277 hitaeiningar

Heildarfita: 18g fita (9g mettuð fita)

Natríum: 92mg af natríum

Trefjar: 2g trefjar)
Heildarkolvetni: 28g kolvetni (16g sykur
Kólesteról: 31mg kólesteról
Prótein: 4g prótein.

66. Banana eplamósu kaka

Skammtar: 16-20 skammtar. | Undirbúningur: 40 mín | Elda: 25 mín | Tilbúið í:

Hráefni:

1 bolli smjör, mildað

2 bollar af sykri

4 egg, aðskilin

3 bollar alhliða hveiti

2 teskeiðar af lyftidufti

1 bolli mjólk

1/2 tsk vanilluþykkni

1/2 tsk sítrónuþykkni

FYLLING:

2 bollar sykrað eplamauk

3 meðalstýrir bananar, skornir í sneiðar

3 matskeiðar sítrónusafi

FROSTING:

1 bolli sykur

2 eggjahvítur

3 matskeiðar af vatni

1/2 tsk rjómi af tartar

1/4 tsk salt

1 tsk vanilluþykkni

1/4 bolli sætt rifið kókos, ristað

STJÓRN

Hrærið sykur og smjör í stórri skál þar til það er ljóst og ljóst. Þeytið eggjarauðu út í og síðan útdrætti. Blandið lyftidufti og hveiti saman við og setjið síðan út í rjómablönduna til skiptis við mjólk á meðan
slá vel eftir hverja aukningu.

Þeytið eggjahvítur í lítilli skál til að mynda mjúka toppa og blandið síðan varlega saman við deigið. Flyttu yfir í 3 9 tommu kringlótt bökunarform húðuð með fitu. Bakið við 350 gráður þar til kökuprófunum er lokið, um 25 til 30 mínútur. Látið kólna í um það bil 10 mínútur, takið síðan úr formunum og setjið á vírgrind til að kólna alveg.
Kljúfið eplamauk og smyrjið á 2 kökulög. Setjið banana í sítrónusafann og setjið yfir eplasafa. Stafla á framreiðsludisk með látlausu lagi ofan á.
Til að búa til frosting skaltu blanda saman salti, vínsteinsrjóma, vatni, eggjahvítum og sykri í stórum þungum potti við lágan hita. Þeytið með handþeytara á lágum hraða í um eina mínútu, haltu síðan áfram að þeyta á lágum hraða við lágan hita í 8 til 10 mínútur, þar til frostið nær 160 gráðum.
Flyttu yfir í stóra skál og settu síðan vanillu út í. Þeytið á miklum hraða í 7 mínútur þar til fastir toppar myndast. Frostið toppinn og hliðarnar á kökunni og notið síðan kókos til að strá yfir. Geymið í kæli til geymslu.

UPPLÝSINGAR um næring
Kaloríur: 332 hitaeiningar
Prótein: 4g prótein.
Heildarfita: 11g fita (7g mettuð fita)
Natríum: 191mg af natríum
Trefjar: 1g trefjar)
Heildarkolvetni: 55g kolvetni (39g sykur
Kólesteról: 69mg kólesteról

67. Bananaflögu kaka

Skammtar: 16 skammtar. | Undirbúningur: 25 mín | Elda: 40 mín | Tilbúið í:

Hráefni:

1 pakki gul kökumix (venjuleg stærð)
1-1/4 bollar vatn
3 stór egg
1/2 bolli ósykrað eplamósa
2 meðalstórir bananar, stappaðir
1 bolli lítill hálfsæt súkkulaðiflögur
1/2 bolli saxaðar valhnetur

STJÓRN

Þeytið saman eplamauk, egg, vatn og kökublöndu í stórri skál; blandaðu blöndunni í hálfa mínútu á lágmarki. Aukið í meðalhraða og blandið í 2 mínútur. Blandið valhnetum, flögum og bönönum saman við.

Notaðu matreiðsluúða til að úða 10 tommu rifnu rörpönnu og stráðu síðan hveiti yfir; hellið deigi út í. Bakið við 350 gráður þar til tannstöngull kemur hreinn út þegar hann er stunginn í miðja kökuna, eða í um það bil 40 til 50 mínútur. Látið kökuna kólna í 10 mínútur; Takið úr pönnunni og setjið á vírgrind, kælið síðan alveg.

UPPLÝSINGAR um næring

Kaloríur: 233 hitaeiningar
Trefjar: 1g trefjar)
Heildarkolvetni: 38g kolvetni (24g sykur
Kólesteról: 40mg kólesteról
Prótein: 3g prótein.
Heildarfita: 9g fita (4g mettuð fita)
Natríum: 225mg natríum

68. Banana Flip kaka

Skammtar: 16 skammtar. | Undirbúningur: 30 mín | Elda: 30 mín | Tilbúið í:

Hráefni:

1 pakki gul kökumix (venjuleg stærð)

1 pakki (3,4 aura) instant banana eða vanillubúðingur blanda

1-1/2 bollar 2% mjólk

4 egg

FROSTING:

1/3 bolli alhliða hveiti

1 bolli 2% mjólk

1/2 bolli smjör, mildað

1/2 bolli stytting

1 bolli sykur

1-1/2 tsk vanilluþykkni

2 matskeiðar sælgætissykur

STJÓRN

Notaðu vaxpappír til að klæða 2 15" x10" x1" bökunarform húðaðar með fitu, smyrðu síðan pappírinn og settu til hliðar.

Blandið saman eggjum, mjólk, búðingsblöndu og kökublöndu í stórri skál og þeytið síðan á lágum hraða í um hálfa mínútu. Haltu áfram að þeyta á miðlungs í um það bil 2 mínútur.

Dreifið deiginu í tilbúnar form og bakið við 350 gráður þar til tannstöngull kemur hreinn út eftir að hafa verið settur í miðjuna, um 12 til 15 mínútur. Látið kólna um 5 mínútur áður en því er hvolft á vírgrind til að kólna vel. Fjarlægðu vaxpappír varlega.

Á meðan er mjólk og hveiti þeytt saman í litlum potti þar til það er slétt. Látið suðuna koma upp, eldið síðan og hrærið þar til hún þykknar, um það bil 2 mínútur. Takið af hitanum, setjið síðan á lok og látið kólna niður í stofuhita.

Hrærið saman sykur, matarmat og smjör í skálinni á sterkum hrærivél þar til það er orðið mjúkt og létt. Þeytið vanillu út í. Setjið mjólkurblönduna út í og þeytið á hátt þar til það er loftkennt, um það bil 10 til 15 mínútur.

Settu á stórt skurðarbretti með einni köku og dreifðu frosti yfir. Setjið afgang af köku ofan á og stráið meiri sælgætissykri yfir. Skerið kökuna í sneiðar og kælið afganga.

UPPLÝSINGAR um næring

Kaloríur: 355 hitaeiningar
Natríum: 372mg af natríum
Trefjar: 0 trefjar)
Heildarkolvetni: 49g kolvetni (35g sykur
Kólesteról: 71mg kólesteról
Prótein: 4g prótein.
Heildarfita: 16g fita (7g mettuð fita)

69. Banana Rom Sundaes Fyrir tvo

Skammtar: 2 skammtar. | Undirbúningur: 10 mín | Elda: 10 mín | Tilbúið í:

Hráefni:

1 matskeið smjör

1/4 bolli pakkaður púðursykur

Þeytið malaða múskat

2 meðalstórir bananar, skornir í tvennt

2 matskeiðar gullnar rúsínur

1 matskeið romm

1 msk sneiðar möndlur, ristaðar

1-1/3 bollar vanilluís

STJÓRN

Bræðið smjörið í stórri nonstick pönnu á miðlungs lágum hita.

Hrærið púðursykri og múskat í blönduna þar til það er blandað saman.

Slökktu á hitanum; bæta við möndlum, rúsínum, rommi og bönunum. Eldið við miðlungshita, hrærið varlega, þar til bananarnir eru aðeins mjúkir og gljáðir í um það bil 3-4 mínútur. Berið fram með ísnum.

UPPLÝSINGAR um næring

Kaloríur: 497 hitaeiningar

Prótein: 5g prótein.

Heildarfita: 17g fita (10g mettuð fita)

Natríum: 124mg af natríum

Trefjar: 4g trefjar)

Heildarkolvetni: 82g kolvetni (63g sykur

Kólesteról: 54mg kólesteról

70. Bananasplit smákaka

Skammtar: 4 skammtar | Undirbúningur: 10 mín | Elda: 0 mín | Tilbúið í:

Hráefni:

8 punda kökusneiðar (1/2 tommu þykk) eða 4 einstakar kringlóttar svampkökur

2 meðalstýrir bananar, skornir í 1/4 tommu sneiðar 4 skeiðar vanilluís 1/4 bolli súkkulaðisósa

STJÓRN

Setjið kökusneiðar á fjóra einstaka diska. Toppið með ís og banana. Skreytið með súkkulaðisósu.

UPPLÝSINGAR um næring

Kaloríur:

Natríum:

Trefjar:

Heildar kolvetni:

Kólesteról:

Prótein:

Heildarfita:

71. Berry Blue Pops

Skammtur: 18 popp. | Undirbúningur: 25 mín | Elda: 0 mín | Tilbúið í:

Hráefni:

6 matskeiðar berjablátt gelatín
1 bolli sykur, skipt
2 bollar sjóðandi vatn, skipt
2 bollar kalt vatn, skipt
6 matskeiðar jarðarberjamatín
18 frystipoppmót eða 18 pappírsbollar (3 aura hver) og trépoppstöng

STJÓRN

Bræðið 1/2 bolli sykur og berjablátt gelatínduft í 1 bolli sjóðandi vatni í lítilli skál. Blandið 1 bolla af köldu vatni út í. Bræðið afgang af sykri og jarðarberjamatíndufti í afgangi af sjóðandi vatni í annarri skál. Blandið því sem eftir er af köldu vatni út í.

Blandið 1/2 jarðarberja gelatínblöndu og 1/2 berjablárri gelatínblöndu í litla skál. Setjið allt í frystinn þar til það er slasað eða í 1 3/4-2 klst. Snúðu 3 litum eins og þú vilt í stóra skál. Fylltu hvern bolla/mót með 1/4 bolli gelatínblöndu. Settu handhafa ofan á. Fyrir bolla (ef notaðir eru), settu álpappír yfir og stingdu síðan prikum í gegnum álpappír. Frystið þar til það er stíft.

UPPLÝSINGAR um næring

Kaloríur: 77 hitaeiningar
Natríum: 21mg natríum
Trefjar: 0 trefjar)
Heildarkolvetni: 19g kolvetni (19g sykur
Kólesteról: 0 kólesteról

Prótein: 1g prótein. Skipti á sykursýki: 1 sterkja. Heildarfita: 0 fita (0 mettuð fita)

72. Black Cherry Sherbet

Skammtur: 2-1/2 lítrar. | Undirbúningur: 25 mín | Elda: 20 mín | Tilbúið í:

Hráefni:

4 bollar fersk eða frosin, skorin í fjórða sundurskorin dökk sæt kirsuber, þíða

1 bolli sykur

2 lítrar af svörtu kirsuberjagosi, kælt

1 dós (14 aura) sætt þétt mjólk

1 bolli (6 aura) litlu hálfsætar súkkulaðiflögur

STJÓRN

Eldið kirsuber og sykur í stórum potti á miðlungshita þar til það hefur þykknað aðeins í um það bil 15 mínútur, hrærið öðru hvoru. Bætið í stóra skál; látið það kólna niður í stofuhita. Geymið í kæli þar til það er kalt.

Hrærið gos, mjólk og súkkulaðibitum í blönduna. Fylltu blönduna í strokkinn af ísfrysti þar til tveir þriðju hlutar eru fullir; frysta samkvæmt leiðbeiningum framleiðanda. (Kælið afganginn af blöndunni í kæli þar til það er tilbúið til frystingar.) Bætið ísnum í frystiílát, leyfið rýminu fyrir stækkun. Frystið þar til það er stíft í 2-4 klst. Endurtaktu ferlið með restinni af ísblöndunni.

UPPLÝSINGAR um næring

Kaloríur: 213 hitaeiningar

Trefjar: 1g trefjar)

Heildarkolvetni: 43g kolvetni (41g sykur

Kólesteról: 7mg kólesteról

Prótein: 2g prótein.

Heildarfita: 5g fita (3g mettuð fita)

Natríum: 39mg natríum

73. Brómberja toppaðar svampkökur

Skammtar: 6 skammtar. | Undirbúningur: 10 mín | Elda: 15 mín | Tilbúið í:

Hráefni:

6 einstakar kringlóttar svampkökur
4 bollar fersk brómber
1/4 bolli brómberjabrandí
1-1/4 tsk sykur
Þeyttur rjómi, valfrjálst

STJÓRN

Setjið svampkökurnar á diska. Setjið þrjú brómber ofan á. Blandið afgangnum af brómberjunum með matvinnsluvél; blandið þar til það breytist í mauk. Sía til að fjarlægja kvoða og fræ. Hellið mauki í lítinn pott. Blandið sykri og brennivíni út í á meðan hrært er. Látið suðuna koma upp og haltu áfram að elda þar til helmingur vökvans hefur gufað upp, hrærið reglulega. Hellið því yfir berin. Notaðu þeyttan rjóma sem álegg ef þú vilt.

DRYKKIR

74. Apple Pie Moonshine

Hráefni:

- ½ lítra eplasafi
- ½ lítra eplasafi
- 1 lítra Everclear
- 1 bolli púðursykur
- 1 bolli hvítur sykur
- 1 bolli vanillu
- Kanillstangir
- skvetta af múskat
- Dash eplapökukryddið

LEIÐBEININGAR:

a) Blandið saman eplasafa, eplasafi, hvítum sykri, púðursykri, kanilstöngum, múskati, vanillu og eplabökukryddi í stórum potti; látið suðuna koma upp næstum.

b) Lokið pottinum með loki, lækkið hitann og látið malla í um 1 klukkustund.

c) Takið af hitanum og kælið alveg.

d) Bætið Everclear út í eplasírópið; fjarlægðu kanilstangir.

e) Hellið eplaböku moonshine í hreinar glerkrukkur eða flöskur.

f) Geymið í kæli.

75. Sólarupprás EggNóg

Hráefni:

- 1 lítra Stewart's Egg Nog
- 3 aura brennivín
- 1½ aura af rommi
- 1½ aura creme de cacao

LEIÐBEININGAR:

a) Sameina allt hráefni.
b) Blandið vel saman.
c) Kælið ef vill

76. Fruit Cor skífa

Hráefni:

- 3 pund ávextir
- 2½ pund sykur
- Gin, vodka eða brandy

LEIÐBEININGAR:

a) Setjið ávexti í 1 lítra krukku með sykri og bætið við gini, vodka eða brandy.

b) Lokið og setjið til hliðar.

c) Á hverjum degi, snúðu þér 2 eða 3 sinnum. Ekki hrista. Endurtaktu þar til sykurinn er uppleystur.

d) Gott eftir ca 2 mánuði.

77. Þrúguvín

Hráefni:

- Vínber
- Sykur
- Vatn

LEIÐBEININGAR:

AÐFERÐ 1

a) Þvoið og stingið vínber
b) Maukið með kartöflustöppu á pönnu og hellið í hreinan crockpot.
c) Leysið sykur upp í litlu magni af heitu vatni. Bætið við vínber.
d) Látið standa í 5 eða 6 daga eða 7-10 daga, snúið kvoðu á hverjum degi.
e) Takið kvoða af toppnum og látið standa í um 30 daga og flösku.

AÐFERÐ 2

a) Taktu deigið og bætið vatni og sykri út í það. Látið standa í 5-10 daga aftur.
b) Kreistu út kvoða og láttu það standa í 30 daga flösku.

78. Kahlua

Hráefni:

- 3 bollar hvítur sykur
- 1 bolli púðursykur
- 2 bollar af vatni
- 2 aura af skyndikaffi
- 1 vanillustöng
- 1-quart vodka (við notum 90-sönnun)

LEIÐBEININGAR:

a) Látið 2 bolla af vatni sjóða létt/vægilega.
b) Hrærið skyndikaffi út í.
c) Hrærið sykri saman við þar til hann er uppleystur. Setjið til hliðar til að kólna.
d) Hellið vodkanum í $\frac{1}{2}$ lítra eða ($1\frac{3}{4}$ lítra) dökkt viskíflösku.
e) Skerið vanillustöngina í 1 tommu strimla og setjið í flöskuna.
f) Fylltu með kældu blöndunni,
g) Snúðu flöskunni til að blanda.
h) Geymið á dimmum stað í 1 mánuð
i) Athugið: vanillustöngin leysist alveg upp í lok mánaðarins (þroskunartímabil). Þú getur fengið vanillustöngina í sumum matvöruverslunum en okkur fannst þær mun ódýrari í kryddbúðunum eða öðrum heilsufæði verslun.

79. Kahlua með Yuban kaffi

Hráefni:

- 1 lítra vatn
- 3 bollar af sykri
- 10 teskeiðar Yuban skyndikaffi (engin önnur tegund)
- 3 tsk hreint vanilluþykkni
- 3 bollar vodka (90 sönnun)

LEIÐBEININGAR:

a) Látið vatn, sykur og kaffi malla í potti sem ekki er lokið í 1 klukkustund.

b) Kælið niður í stofuhita og bætið við vanilluþykkni og vodka.

80. Kahlua með vanilluþykkni

Hráefni:

- 1 lítra vatn (4 bollar)
- 3 bollar af sykri
- 10 teskeiðar af skyndikaffi
- 9 teskeiðar af vanilluþykkni
- 3 bollar vodka

LEIÐBEININGAR:

a) Hitið vatn, sykur og kaffi að suðu og látið malla í 3 klst.

b) Kælið og bætið vanillu og vodka saman við

SÚRUR, VARÐAR OG ELSKAR

81. 48 stunda súrum gúrkum

Hráefni:

- 1 $\frac{3}{4}$ lítra af vatni
- 1$\frac{1}{2}$ bolli edik
- ⅓ bolli salt
- $\frac{1}{2}$ bolli sykur
- 7-10 gúrkur, skornar í fjórða
- hringdu í tvo lykla
- hvítlauk eftir smekk

LEIÐBEININGAR:

a) Sjóðið vatn, edik, salt og sykur saman. Flott.
b) Hellið köldum saltvatni yfir gúrkur;
c) Bætið hvítlauk og dilli við eftir smekk.
d) Geymið í kæli í 1 viku til að fá bragð.

82. Brauð Og Smjör Gerkins

Hráefni:

- 4 lítrar sneiðar kökur
- 1 lítri sneiddur laukur
- 4 bollar hvítur sykur
- 1 lítra edik/eplasafi (skera niður í tvo lítra)
- 1 lítra vatn (skera niður í tvo lítra)
- 1 matskeið salt
- 1 matskeið túrmerik
- 2 matskeiðar sinnepsfræ

LEIÐBEININGAR:

a) Blandið öllu saman og látið suðuna koma rólega upp.
b) Eldið í 10 mínútur.
c) Pakkið strax í heitar sótthreinsaðar krukkur og innsiglið.

83. Brauð Og Smjör súrum gúrkum

Hráefni:

- 4 lítrar sneiðar kökur (þunnar)
- 1 lítri sneiddur laukur
- 4 bollar af hvítum sykri
- 1 lítra edik/eplasafi
- 1 lítra vatn
- 1 matskeið salt
- 1 matskeið túrmerik
- 2 matskeiðar sinnepsfræ

LEIÐBEININGAR:

a) Blandið öllu saman og látið suðuna koma rólega upp.
b) Eldið í 10 mínútur.
c) Pakkið strax í heitar sótthreinsaðar krukkur og innsiglið.

84. Blómkálssúrur

Hráefni:

- 2 stór blómkál
- 12 meðalstórir laukar
- $\frac{1}{4}$ bolli salt
- $\frac{3}{4}$ bolli sykur
- 1 tsk malað túrmerik
- 2 tsk heil sinnepsfræ
- 1 tsk sellerífræ
- 1 lítil þurr rauð paprika
- $\frac{1}{2}$ tsk heil negull
- $1\frac{1}{2}$ bolli hvítt edik
- $1\frac{1}{2}$ bolli vatn

LEIÐBEININGAR:

a) Blandið blómkáli saman við sneið lauk með salti og látið standa yfir nótt.
b) Daginn eftir skola í köldu vatni.
c) Blandið saman kryddi, ediki og vatni í katli.
d) Bætið við negull bundinn í ostaklútpoka. Sjóðið í 5 mínútur.
e) Bætið blómkáli og lauk út í og sjóðið í 10 mínútur, fjarlægið negul og rauða papriku.
f) Pakkaðu í heitar krukkur.

85. Auðvelt dill súrum gúrkum

Hráefni:

- $\frac{3}{4}$ bolli sykur
- $\frac{1}{2}$ bolli salt
- 1 lítri edik
- 1 lítra vatn
- 3 matskeiðar blandað súrsuðu krydd
- 30-40 gúrkur, skornar í tvennt eftir endilöngu
- Grænt eða þurrt dill

LEIÐBEININGAR:

a) Þvoið og þurrkið gúrkuna.
b) Blandið vatni, ediki, salti og sykri saman í meðalstóran pott.
c) Látið suðuna koma upp og hrærið þannig að sykur og salt leysist upp.
d) Takið af hitanum og kælið niður í stofuhita.
e) Bætið gúrkum í krukkur. Ekki pakka þeim ofurþétt þar sem þú vilt pláss fyrir saltvatnið.
f) Bætið við fersku dilli og blönduðu súrsuðu kryddi.
g) Ljúktu við að bæta við nægum saltvatni til að hylja gúrkurnar. Lokaðu með loftþéttu loki og geymdu í kæli í að minnsta kosti eina viku.

86. Vínberjavarðir

Hráefni:

- 3 pund vínber
- 3 pund sykur
- 1 pund fræhreinsaðar rúsínur
- 3 appelsínur
- ½ pund valhnetukjöt, saxað

LEIÐBEININGAR:

a) Skiljið vínberjaskinn frá kvoða. Eldið deigið í um það bil 10 mínútur og sigtið síðan til að fjarlægja fræ áður en það er blandað saman við skinnið.

b) Setjið rúsínur og appelsínur í gegnum matarhakka. Bætið við vínber.

c) Bætið við sykri og eldið rólega í um 45 mínútur, hrærið oft.

d) Bætið við valhnetum fyrst áður en það er lokað. Hellið í litlar krukkur og innsiglið.

87. Grýla súrum gúrkum

Gerir: um 6 lítra

Hráefni:

- 3 pund 4 tommu gúrkur, skornar í 8 tommu langsum
- 6 litlir laukar, skornir í fjórða
- Sex 5 tommu stykki af sellerí
- 1 matskeið sinnepsfræ
- 1 lítri eimað hvítt edik
- $\frac{1}{4}$ bolli salt
- 2$\frac{1}{2}$ bollar kornsykur
- 1 bolli af vatni

LEIÐBEININGAR:

a) Þvoið, skerið gúrkur og drekkið þær í ísvatni í 3 klukkustundir.
b) Tæmdu og pakkaðu í hreinar pint krukkur.
c) Bætið I lauk, I bita af sellerí og $\frac{1}{2}$ teskeið af sinnepsfræi í hverja krukku.
d) Blandið saman ediki, salti, sykri og vatni og látið suðuna koma upp.
e) Hellið sykurlausn yfir gúrkur og fyllið krukkur upp að $\frac{1}{2}$ tommu frá toppi.
f) Stillið hlífina strax og vinnið í sjóðandi vatnsbaði í 10 mínútur.

88. Pepper Relish

Hráefni:

- 12 rauðar paprikur
- 12 grænar paprikur
- 8 stórir laukar

LEIÐBEININGAR:

a) Saxið, hellið sjóðandi vatni yfir og látið standa í 15 mínútur.

b) Tæmdu og bættu við 1 tapi. Salt, 1 bolli sykur, 2 bollar edik

c) Sjóðið í um 15 mínútur og flösku.

89. Súrsaðar rófur

Hráefni:

- 8 litlar rófur
- 1 bolli eplasafi edik
- 1 tsk salt
- $\frac{1}{4}$ bolli sykur
- 5 piparkorn
- 1 tsk súrsuðu krydd
- 1 lárviðarlauf, ferskur borvél

LEIÐBEININGAR:

a) Eldið rófur nokkuð stífar.
b) Tæmdu og geymdu 1 bolla af vökva.
c) Fylltu krukku í um $\frac{1}{4}$ tommu frá toppnum
d) Blandið rófuvökvanum saman við afganginn af vökvanum og kryddi og látið suðuna koma upp, fyllið krukkuna og vinnið í 10 mínútur.

90. Rabarbaravarðveisla

Hráefni:

- $3\frac{1}{2}$ pund af rabarbara
- 3 pund af sykri
- $\frac{1}{2}$ rúsína
- 1 bolli valhnetur
- 3 sítrónur (safi)
- börkinn af 3 appelsínum

LEIÐBEININGAR:

a) Eldið börkinn af appelsínu, rabarbara og sykri í 2 klst.
b) Bætið restinni af hráefninu út í og eldið í 1 klst.

91. Rabarbarasælleiki

Hráefni:

- 4 bollar niðurskorinn rabarbari
- 2 bollar fínt saxaður laukur
- 2 bollar mildt edik
- 3 bollar púðursykur
- 1 tsk salt
- 1 tsk kanill
- ½ tsk negull (malaður)
- ½ tsk malað engifer
- Skjóta cayenne pipar

LEIÐBEININGAR:

a) Blandið öllu hráefninu saman í stórum potti. Látið suðu koma upp.
b) Lækkið hitann og látið malla þar til blandan þykknar, um það bil 2 klukkustundir, hrærið af og til.
c) Fylltu öll ílát að innan við ½ tommu. af toppum. Þurrkaðu af efstu brúnum ílátanna; hylja þá með loki.

92. Sætar súrum gúrkum

Hráefni:

- 30 gúrkur
- 3 bollar edik
- 1 bolli af vatni
- 2 bollar af sykri
- 1 tsk blandað krydd

LEIÐBEININGAR:

a) Hyljið gúrkur í saltvatni yfir nótt (⅓ bolli salt á hvern lítra af vatni). Tæmdu.

b) Sjóðið edik, vatn og sykur í 10 mínútur eða þar til það er ljóst.

c) Bætið gúrkum út í og látið standa á lágum hita þar til þær missa litinn.

d) Setjið 1 teskeið af blönduðu kryddi út í.

93. Þúsund eyja súrum gúrkum

Hráefni:

- 1-litra sneiðar agúrkur (sneiðar þunnar)
- 8 litlar laukar
- 6 meðalstórar paprikur
- 3 matskeiðar af salti
- 4 bollar kornsykur
- 1 msk sellerífræ
- 1 matskeið sinnepsfræ
- 1 matskeið túrmerikduft
- 6 heil negul

LEIÐBEININGAR:

a) Sameina agúrka, papriku og salti og látið standa í 3 klukkustundir.
b) Sigtið og bætið við sykri, sellerífræi, sinnepsfræi, túrmerik og negul.
c) Hyljið allt með ediki og vinnið í 5 eða 10 mínútur og setjið síðan í krukkur.

94. Tómatur P þvagefni

Hráefni:

- 4 lítrar af súrsuðum tómötum
- 1 tsk niðursuðusalt
- 1 matskeið sykur

LEIÐBEININGAR:

a) Skerið tómatana í fjórða hluta og setjið þá í stóran pott.
b) Látið suðuna koma upp um leið og þið myljið þá með kartöflustöppu eða stórri skeið.
c) Látið tómatana malla í 1 klukkustund, hrærið eftir þörfum til að koma í veg fyrir að tómatarnir brenni eða festist við botninn á pottinum.
d) Flyttu þykknu, muldu tómatana í matarmylla eða sigti og fjarlægðu hýði og fræ.
e) Setjið tómatana aftur í pottinn.
f) Bæta við súrsuðu salti og sykri.
g) Haltu áfram að elda tómatana við miðlungshita, hrærið oft í, í 2 ½ klukkustund í viðbót (eða þar til tómatblandan hefur minnkað um helming).
h) Dreifðu heitu tómatmaukinu á milli hituðu krukkanna og skildu eftir ½ tommu höfuðrými.
i) Lokaðu hverri krukku með 2 hluta loki og vinnðu í vatnsbaðsdós í 45 mínútur.

95. Pækill

Hráefni:

- 3 lítrar edik
- 3 lítrar af vatni
- 1 bolli salt

LEIÐBEININGAR:

a) Hrærið öllu hráefninu saman í meðalstórum potti.
b) Látið suðuna koma upp og hrærið þar til sykurinn leysist upp.
c) Fjarlægðu af hitanum; kælt í 10 mínútur.

SÓSUR, FYLLING OG FYLLING

96. Chili sósa

Hráefni:

- 30 stórir tómatar
- 12 laukar
- 1 búnt af sellerí
- 8 paprikur
- 1 lítri edik
- 3 matskeiðar af salti
- 4 matskeiðar blandað krydd

LEIÐBEININGAR:

a) Saxið allt grænmetið smátt og eldið í $1\frac{1}{2}$ klukkustund.

97. Frönsk rjómafylling

Hráefni:

- $\frac{3}{4}$ bolli þungur þeyttur rjómi
- $\frac{1}{4}$ bolli mjólk
- $\frac{1}{4}$ bolli konfektsykur
- 1 eggjahvíta, stífþeytt
- $\frac{1}{2}$ tsk vanilluþykkni

LEIÐBEININGAR:

a) Blandið þungum rjóma saman við mjólkina og þeytið þar til það er stíft.
b) Blandið sykrinum, þeyttri eggjahvítu og vanillu saman við.
c) Blandið varlega saman þar til allur sykur er innifalinn.
d) Pípa í sætabrauð.

98. Frosting þeyttur rjómi

Hráefni:

- 3 matskeiðar hveiti
- $\frac{3}{4}$ bolli mjólk
- Rjóma vel í stórri skál:
- 6 matskeiðar Crisco
- $\frac{3}{4}$ bolli sykur

LEIÐBEININGAR:

a) Eldið og kælið hveiti og mjólk.
b) Í stórri skál, kremið vel 6 matskeiðar Crisco og $\frac{3}{4}$ bollar sykur.
c) Bætið kældu hveiti og mjólkurblöndunni saman við.
d) Þeytið þar til það er loftkennt.

99. Ískál Fluffy Smjör

Hráefni:

- 5 matskeiðar hveiti
- 1 bolli mjólk
- $\frac{1}{4}$ pund smjör
- $\frac{1}{2}$ bolli Crisco
- 1 tsk vanillu

LEIÐBEININGAR:

a) Blandið saman og eldið þar til það er þykkt, hveitið og 1 bolli mjólk.
b) Kremið í stórri skál, $\frac{1}{4}$ pund smjör og $\frac{1}{2}$ bolli Crisco.
c) Bætið hveitimauki við smjörblönduna og þeytið vel.
d) Bætið 1 tsk af vanillu út í.

100. Fylling

Hráefni:

- 1 lítill laukur
- 1 sellerístafur
- ólífuolía
- ½ pund pylsukjöt
- ½ bolli söxuð epli
- 2 bollar brauðrasp
- ½ bolli heitt vatn eða seyði
- Salt og pipar

LEIÐBEININGAR:

a) Hitið ofninn í 350°.

b) Steikið lauk, sellerí og pylsukjöt í ólífuolíu.

c) Hrærið oft þar til það er rétt að byrja að brúnast, um það bil 10 mínútur.

d) Bætið í skál með brauðrasp; hrærið salti og pipar saman við.

e) Hellið heitu vatni eða seyði yfir og hrærið varlega. Svolítið flott.

f) Bætið eplum við brauðblönduna; Brjótið varlega saman þar til það hefur blandast vel saman.

g) Færið yfir í tilbúið fat, hyljið með filmu og bakið í um 40 mínútur.

h) Haltu áfram að baka dressingu, án loks, þar til stíft og toppurinn er brúnn og stökkur, 40-45 mínútum lengur.

NIÐURSTAÐA

Að lokum má segja að matargerð frá Suðurríkjunum er rík og fjölbreytt matargerð sem hefur þróast í gegnum aldirnar, undir áhrifum frá ýmsum menningarlegum og sögulegum þáttum. Þetta er matargerð sem fagnar notkun fersku, staðbundnu hráefnis og leggur áherslu á mikilvægi fjölskyldu, samfélags og gestrisni.

Matreiðsla Suðurlands er spegilmynd af sögu svæðisins, með réttum sem segja sögur af fólkinu og stöðum sem hafa mótað matreiðsluhefðir þess. Frá steiktum kjúklingi til grillmats, kex til sætkartöfluböku, suðurlensk matargerð er ástsæl fyrir huggulega, sálarríka bragðið og hæfileikann til að leiða fólk saman í kringum borðið.

Þar sem suðræn matreiðsla heldur áfram að þróast og laga sig að breyttum smekk og straumum, er hún enn mikilvægur hluti af amerískri matreiðslumenningu, þykja vænt um fólk um allt land og um allan heim.

www.ingramcontent.com/pod-product-compliance
Lightning Source LLC
LaVergne TN
LVHW011021061026
849535LV00006B/1997
9781835001783